Impressum
Verlag: BABADADA GmbH, Nedderfeld 112 , 22529 Hamburg
Geschäftsführer / Verlagsleitung: Harald Hof
Druck: Books on Demand GmbH, In de Tarpen 42, 22848 Norderstedt

Imprint
Publisher: BABADADA GmbH, Nedderfeld 112 , 22529 Hamburg, Germany
Managing Director / Publishing direction: Harald Hof
Print: Books on Demand GmbH, In de Tarpen 42, 22848 Norderstedt

kugabanya
diviser

186/2

ikibaho
tableau noir

icyumba k'ishuri
salle de classe

ikibuga cyo gukiniramo
cour (de récréation)

umwarimu
professeur

urupapuro
papier

kwandika
écrire

ikaramu
stylo

ameza yo kwandikiraho
bureau

iregere
règle

igitabo
livre

anyeshuri bo mu mashuri abanza
élève

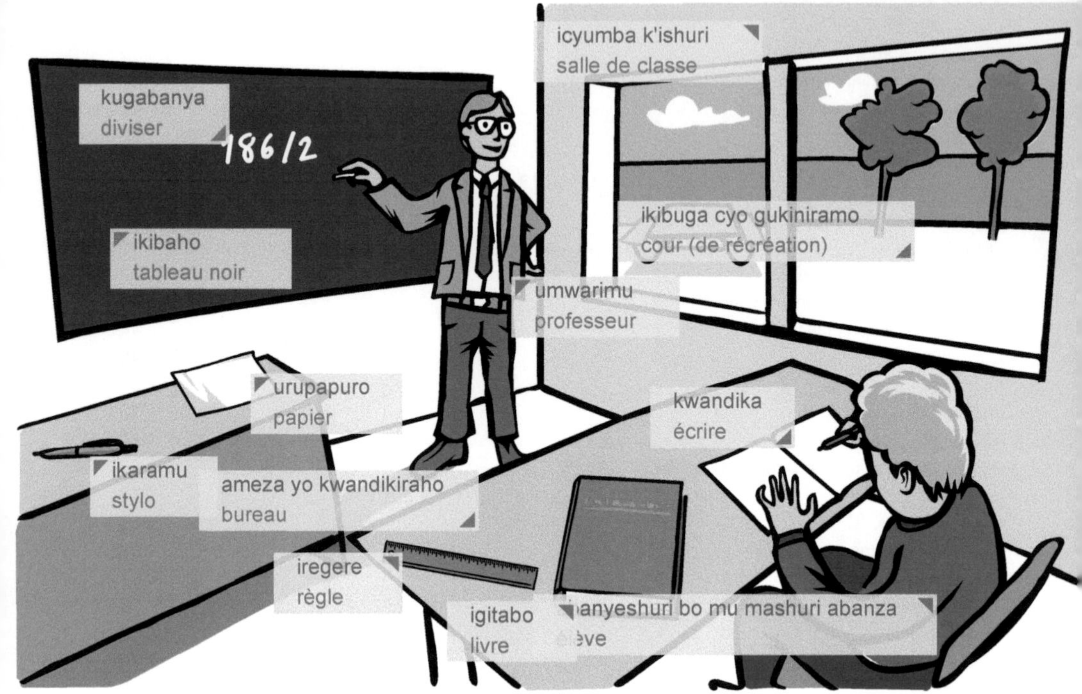

agahago k'ishuri
cartable

agasanduku k'amakaramu
y'igiti
trousse

ikaramu y'igiti
crayon

tayekereyo
taille-crayon

igome
gomme

ikayi yo gushushanya
carnet à dessin

igishushanyo

dessin

uburoso bwo gusigisha

pinceau

agasanduku k'amarangi y'amabara

boîte de peinture

umukasi

ciseaux

kore

colle

ikayi y'imyitozo

cahier d'exercices

umukoro w'imuhira

devoirs

umubare

chiffre

guteranya

additionner

gukuramo

soustraire

gukuba

multiplier

kubara

calculer

ibaruwa

lettre

inyuguti uko zikurikirana

alphabet

ijambo

mot

umwandiko

texte

gusoma

lire

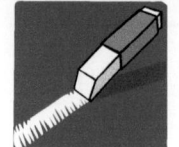

ingwa

craie

isomo

leçon

igitabo cyo kwiyandikishamo

livre de classe

ikizami

examen

impamyabumenyi

certificat

umwambaro w'ishuri

uniforme scolaire

uburezi

formation

inkoranyamagambo

lexique

kaminuza

université

mikorosikope

microscope

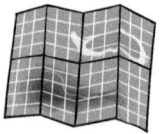

ikarita

carte

pubere

corbeille à papier

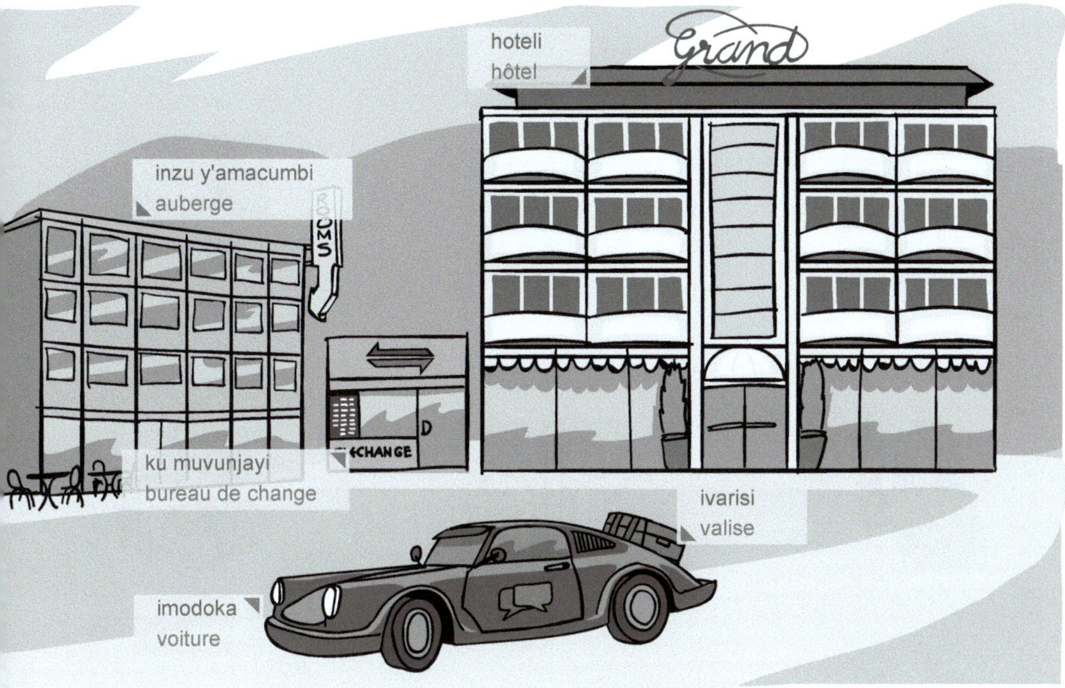

hoteli
hôtel
Grand
inzu y'amacumbi
auberge
ROOMS
ku muvunjayi
bureau de change
CHANGE
ivarisi
valise
imodoka
voiture

ururimi

langue

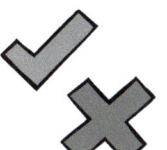

yego / oya

oui / non

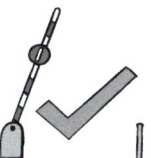

Yego

d'accord

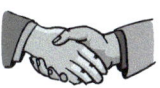

bite

Salut

umusemuzi

interprète

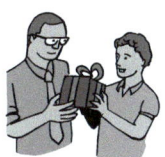

Murakoze

merci

ni angahe…?

Combien coûte…?

Sinsobanukiwe

Je ne comprends pas

ikibazo

problème

wiriwe!

Bonsoir !

Waramutse

Bonjour !

Ijoro ryiza

Bonne nuit !

bayi

Au revoir

ikerekezo

direction

imizigo

bagages

igikapo

sac

igikapo baheka

sac-à-dos

umushyitsi

hôte

icyumba

pièce

agafuko baryamamo

sac de couchage

ihema

tente

amakuru y'ahasurwa na ba
mukerarugendo

office de tourisme

ku musenyi wo ku mazi

plage

ikarita ya banki

carte de crédit

ifunguro ryo gusamura

petit-déjeuner

ifunguro rya ku manywa

déjeuner

ifunguro rya nimugoroba

dîner

itike

billet

asanseri

ascenseur

itembure

timbre

umupaka

frontière

gasutamo

douane

ambasade

ambassade

viza

visa

pasiporo

passeport

gutwara abantu n'ibintu

transport

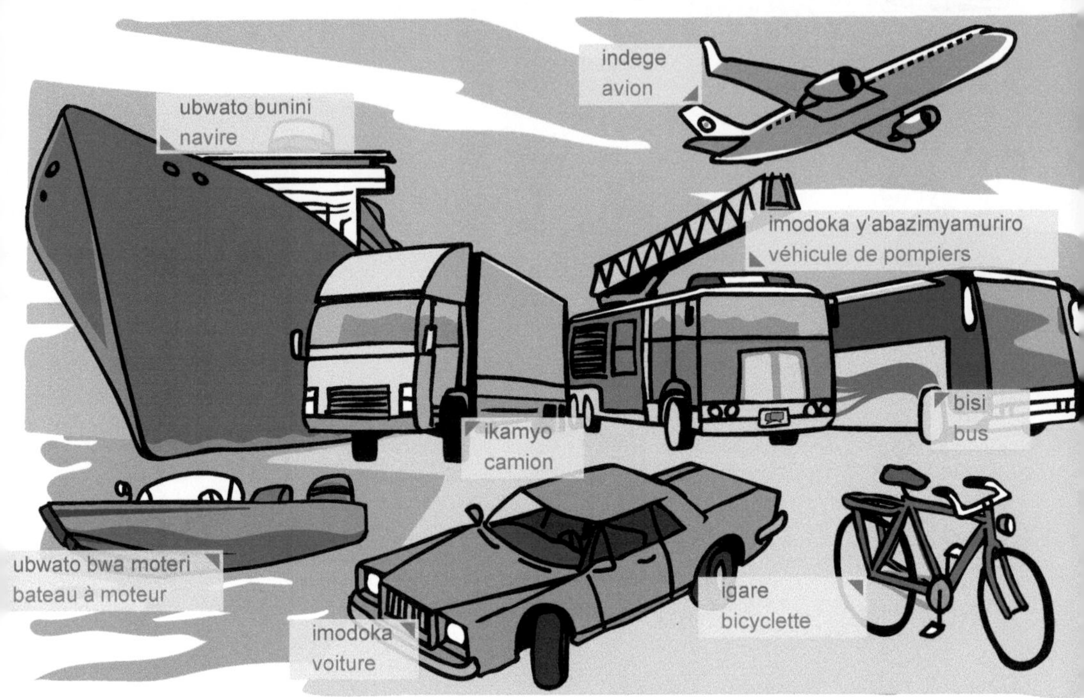
indege
avion
ubwato bunini
navire
imodoka y'abazimyamuriro
véhicule de pompiers
bisi
bus
ikamyo
camion
ubwato bwa moteri
bateau à moteur
igare
bicyclette
imodoka
voiture

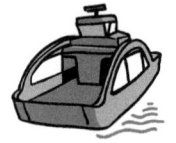

ubwato bwambutsa imizigo n'abantu

ferry

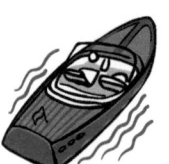

ubwato

barque

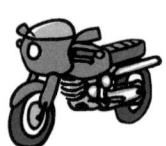

ipikipiki

moto

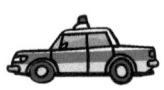

imodoka ya polisi

voiture de police

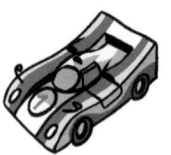

imodoka ya kuruse

voiture de course

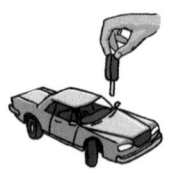

imodoka ikodeshwa

voiture de location

gusangira imodoka

auto-partage

imodoka iterura izindi

voiture de remorquage

imodoka iyora imyanda

benne à ordures

moteri

moteur

lisansi

essence

sitasiyo ya lisansi

station d'essence

icyapa kiyobora imodoka

panneau indicateur

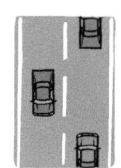

urujya n'uruza rw'imodoka

trafic

ambuteyaje

embouteillage

parikingi y'imodoka

parking

gare ya gariyamoshi

gare

inzira ya gariyamoshi

rails

gariyamoshi

train

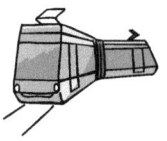

bisi ikoresha
amashanyarazi

tramway

agatete k'imizigo gakururwa
n'imodoka

wagon

kajugujugu

hélicoptère

ikibuga k'indege

aéroport

umunara

tour

umugenzi

passager

konteneri

conteneur

ikarito

carton

akagorofani ko mu iduka

chariot

agaseke

corbeille

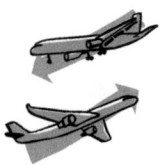

kuguruka / kururuka

décoller / atterrir

umugi

ville

umudugudu

village

mu mujyi rwagati

centre-ville

inzu

maison

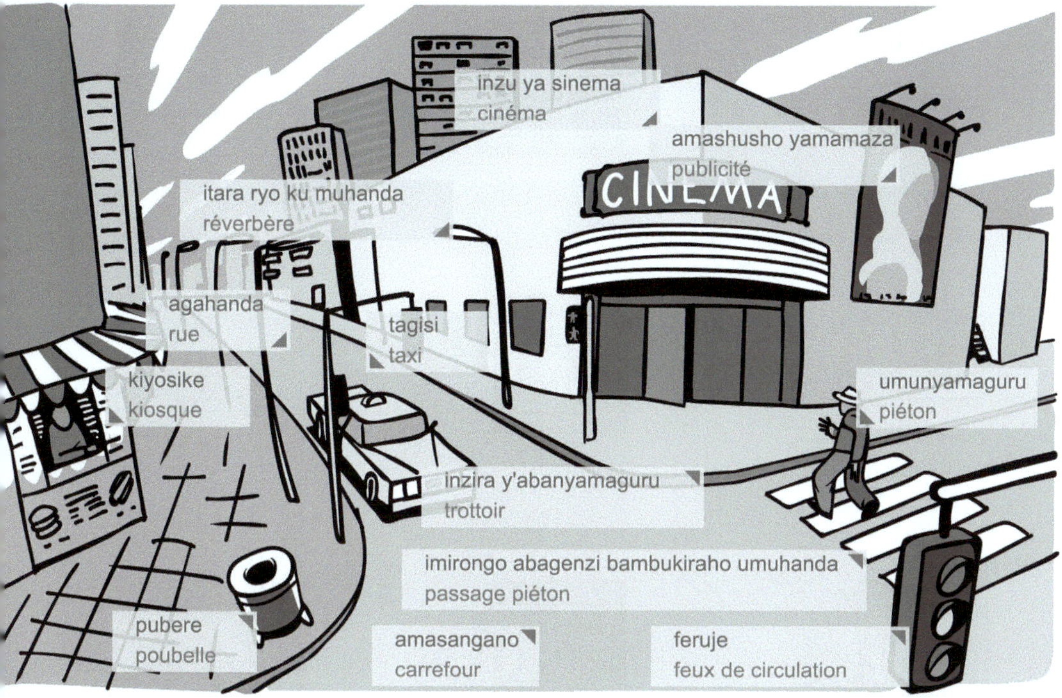

inzu ya sinema
cinéma

amashusho yamamaza
publicité

itara ryo ku muhanda
réverbère

CINEMA

agahanda
rue

tagisi
taxi

kiyosike
kiosque

umunyamaguru
piéton

inzira y'abanyamaguru
trottoir

imirongo abagenzi bambukiraho umuhanda
passage piéton

pubere
poubelle

amasangano
carrefour

feruje
feux de circulation

akaruri

cabane

inzu ifatanye n'izindi

appartement

gare ya gariyamoshi

gare

ibiro bya meya

mairie

inzu ndangamurage

musée

ishuri

école

umugi - ville

kaminuza

université

banki

banque

ibitaro

hôpital

hoteli

hôtel

farumasi

pharmacie

ibiro

bureau

inzu bagurishirizamo íbitabo

librairie

iduka

magasin

umucuruzi w'indabo

fleuriste

amangazini manini

supermarché

isoko

marché

idepo

grand magasin

umucuruzi w'amafi

poissonnerie

iduka rinini

centre commercial

icyambu

port

parike

parc

intebe y'urubaho

banque

iteme

pont

amadarajya

escaliers

inzira yo munsi y'ubutaka

métro

umuhanda wo munsi y'ubutaka

tunnel

icyapa cya bisi

arrêt de bus

bare

bar

resitora

restaurant

agasanduku k'amabaruwa

boîte à lettres

icyapa cyo ku muhanda

panneau indicateur

mubazi ya parikingi

parcmètre

zoo

zoo

pisine

piscine

umusigiti

mosquée

ifamu

ferme

kwangiza umwuka

pollution

irimbi

cimetière

ikiriziya

église

ikibuga k'imikino

aire de jeux

urusengero

temple

umurambi

paysage

ikibabi
feuille

icyapa kiyobora
panneau indicateur

inzira
chemin

umukenke
pré

ibuye
pierre

umuntu utembera mu misozi
randonneur

igiti
arbre

umugezi
rivière

ibyatsi
herbe

indabo
fleur

ikibaya

vallée

agasozi

montagne

ikiyaga

lac

ishyamba

forêt

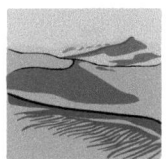

ubutayu

désert

ikirunga

volcan

ingoro

château

umukororombya

arc-en-ciel

icyobo

champignon

ikigazi

palmier

umubu

moustique

isazi

mouche

intozi

fourmis

uruyuki

abeille

igitagangurirwa

araignée

ikivumvuri

coléoptère

igikeri

grenouille

inkima

écureuil

imbuni

hérisson

urukwavu

lièvre

igihunyira

chouette

inyoni

oiseau

igishuhe

cygne

isatura

sanglier

ingeragere

cerf

impongo

élan

urugomero

barrage

igipanga kikaraga kikazana
umuyaga

éolienne

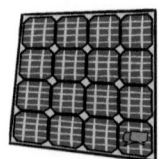

urubaho rukurura imirasire

panneau solaire

ikirere

climat

resitora

restaurant

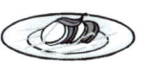

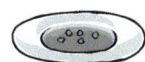

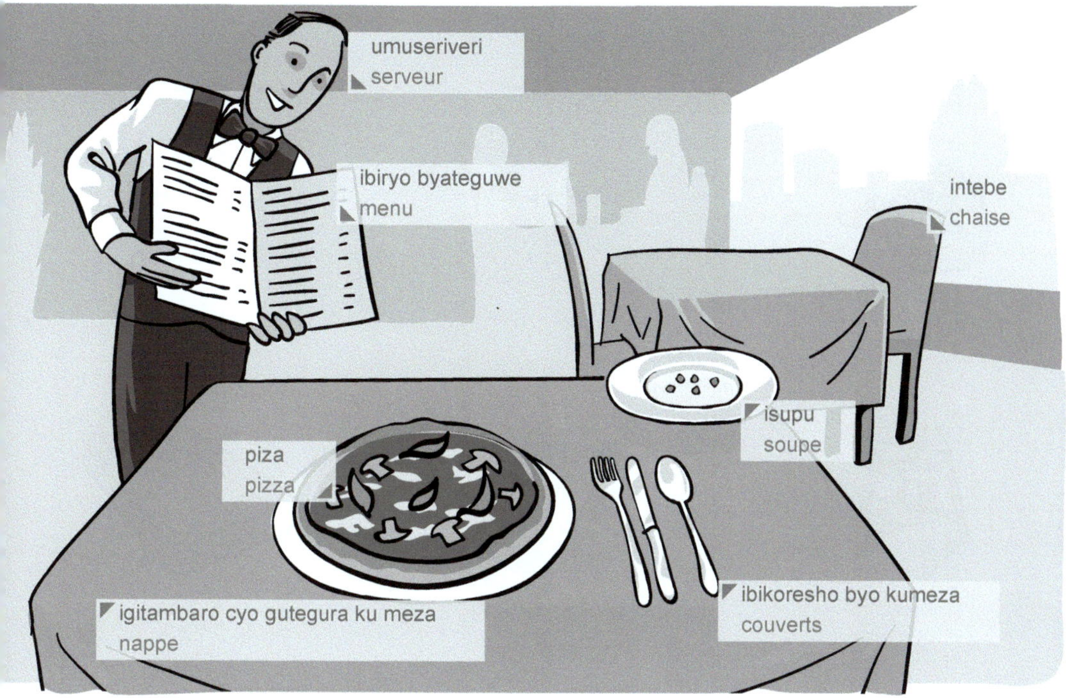
umuseriveri
serveur
ibiryo byateguwe
menu
intebe
chaise
isupu
soupe
piza
pizza
igitambaro cyo gutegura ku meza
nappe
ibikoresho byo kumeza
couverts

aperitifu

hors d'œuvre

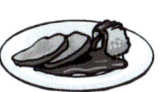

isahani nkuru

plat principal

deseri

dessert

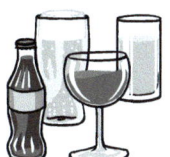

ibinyobwa

boissons

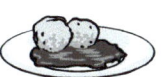

ibiribwa

alimentation

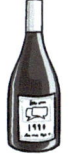

icupa

bouteille

ibiryo barya bagenda

fast-food

ibiryo byo kumuhanda

plats à emporter

ibirika y'icyayi

théière

agakombe k'isukari

sucrier

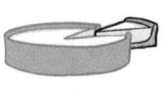

isahani y'ibiryo

portion

imashini y'ikawa ya esipereso

machine à expresso

intebe ndende

chaise haute

inyemezabuguzi

facture

ipurato

plateau

icyuma

couteau

ikanya

fourchette

ikiyiko

cuillère

akayiko k'icyayi

cuillère à thé

seriviyete

serviette

ikirahure cyo kunywesha

verre

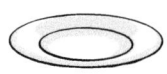

isahani

assiette

isahani y'isupu

assiette à soupe

agasutasi

soucoupe

isosi

sauce

agacupa k'umunyu

salière

agasekuru k'urusenda

moulin à poivre

vinegere

vinaigre

amavuta

huile

ibirunge

épices

kecapu

ketchup

mutaride

moutarde

mayonezi

mayonnaise

amangazini manini
supermarché

igiciro kidasanzwe
offre promotionnelle
FOR
umukiriya
client
ibiva mu mata
produits laitiers
imbuto
fruits
akagorofani ko mu iduka
chariot

BUTCHERS

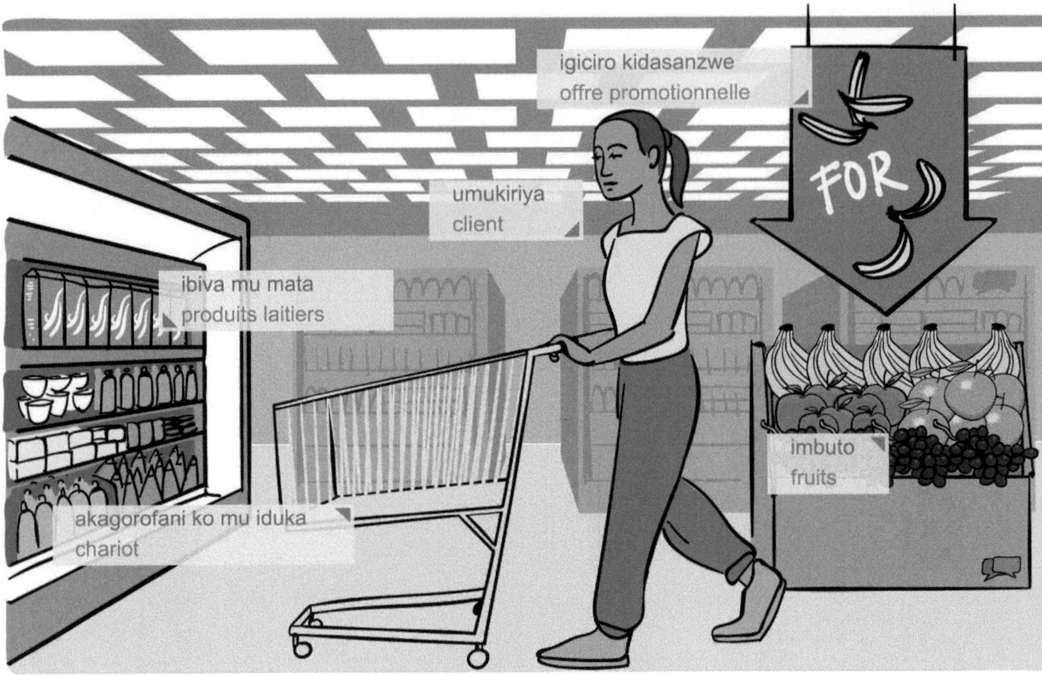

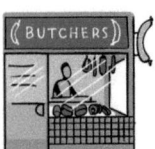

busheri

boucherie

BAKERY

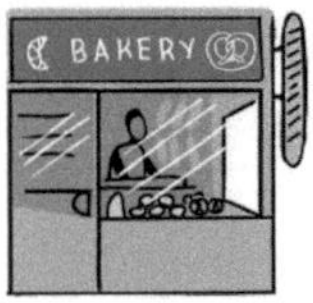

buranjeri

boulangerie

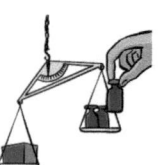

gupima ibiro

peser

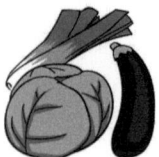

imboga

légumes

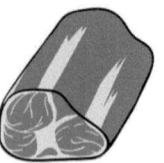

inyama

viande

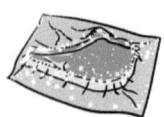

ibiryo bakonjesheje

aliments surgelés

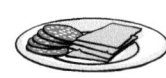

inyama zikonje

charcuterie

ibiryo byo mu makopo

conserves

isabune y'ifu

poudre à lessive

bombo

bonbons

ibikoresho byo mu rugo

articles ménagers

imiti isukura

détergents

umucuruzikazi

vendeuse

kukesa

caisse

umubitsi

caissier

urutonde rwo guhaha

liste d'achats

amasaha haba hafunguye

heures d'ouverture

ipotomoni

portefeuille

ikarita ya banki

carte de crédit

umufuka

sac

imifuko ya pulasitike

sac en plastique

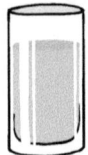

amazi

eau

umutobe

jus de fruit

amata

lait

koka

coca

divayi

vin

byeri

bière

inzoga

alcool

shokora ishyushye

chocolat chaud

icyayi

thé

ikawa

café

ikawa ya esipereso

expresso

kapucino

cappuccino

umuneke

banane

pome

pomme

icunga

orange

wotameloni

melon

indimu

citron

karoti

carotte

tungurusumu

ail

umugano

bambou

urutunguru

oignon

icyoba

champignon

ubunyobwa

noisettes

amakaroni

pâtes

spageti

spaghetti

umuceri

riz

salade

salade

udufiriti

pommes frites

ibirayi by'ifiriti

pommes de terre rôties

piza

pizza

hamburugeri

hamburger

sanduwici

sandwich

escalope

escalope

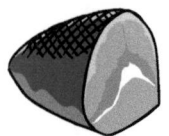

jambo

jambon

salami

salami

sosiso

saucisse

inkoko

poulet

kotsa

rôti

ifi

poisson

igikoma cy'uburo

flocons d'avoine

pisitashi

muesli

impeke

cornflakes

ifu

farine

kuruwasa

croissant

amandazi

petits-pains

umugati

pain

umugati wumishijwe

pain grillé

ibisuguti

biscuits

amavuta

beurre

forumaje year

le fromage blanc

keke

gâteau

igi

œuf

umureti

œuf au plat

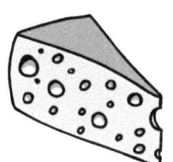

forumaje

fromage

ayisikirimu

glace

isukari

sucre

ubuki

miel

konfitire

confiture

shokora

crème nougat

kiri

curry

ifamu
ferme

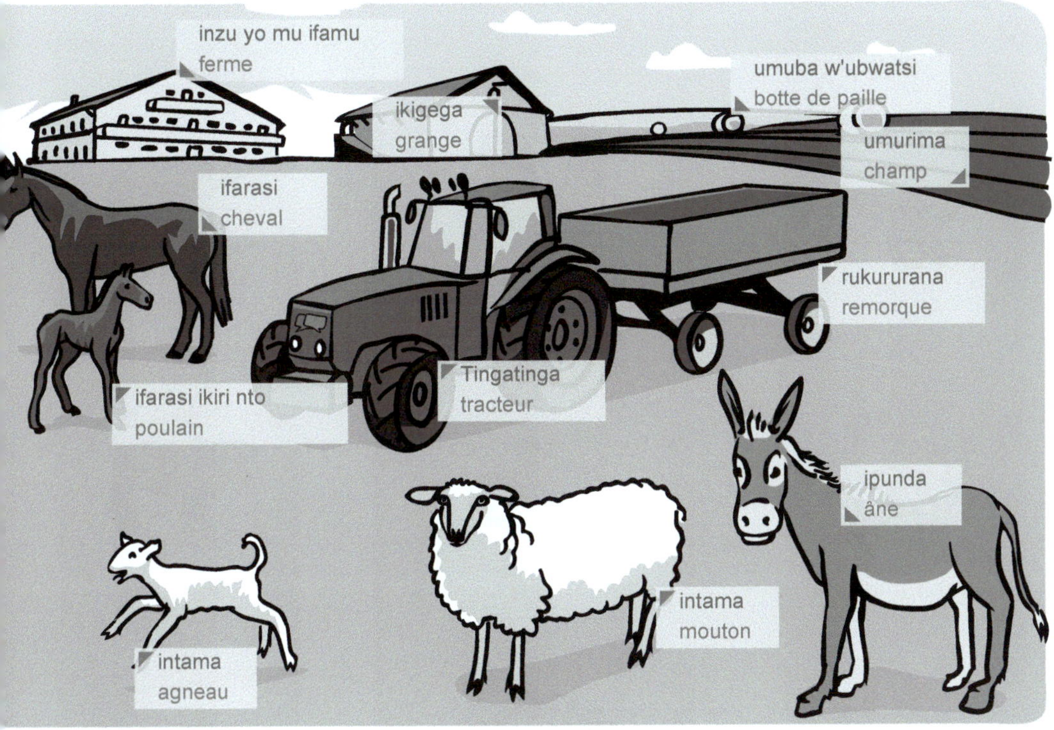
inzu yo mu ifamu
ferme
ikigega
grange
umuba w'ubwatsi
botte de paille
umurima
champ
ifarasi
cheval
rukururana
remorque
Tingatinga
tracteur
ifarasi ikiri nto
poulain
ipunda
âne
intama
mouton
intama
agneau

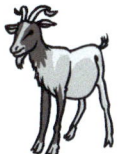

ihene

chèvre

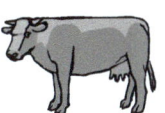

inka

vache

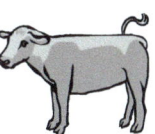

umutavu

veau

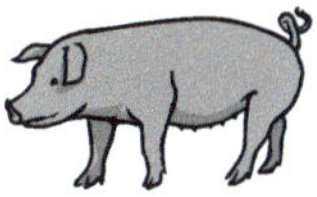

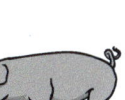

ingurube

porc

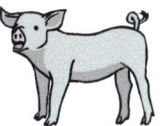

ikibwana k'ingurube

porcelet

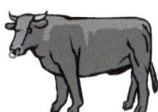

ikimasa

taureau

igishuhe

oie

imbata

canard

umushwi

poussin

inkokokazi

poule

isake

coq

imbeba

rat

injangwe

chat

imbeba

souris

ikimasa

bœuf

imbwa

chien

ikiruka

chenil

itiyo ijyana mu karima

tuyau de jardin

arozuwari

arrosoir

najuru

faucheuse

imashini ihinga

charrue

najuru
faucille

isuka
pioche

rato
fourche

ishoka
hache

ingorofani
brouette

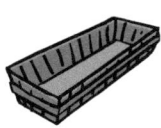

ikibumbiro
cuve

inkongoro
pot à lait

igunira
sac

urugo
clôture

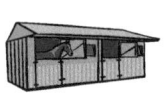

ikiraro
étable

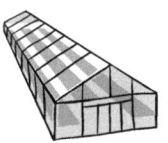

inzu ihingwamo
serre

ubutaka
sol

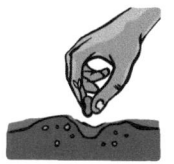

imbuto zo gutera
semences

ifumbire
engrais

imashini isarura
moissonneuse-batteuse

gusarura

récolter

umusaruro

récolte

ibikoro

igname

ingano

blé

soya

soja

ikirayi

pomme de terre

ikigori

maïs

umwayi weze

colza

igiti k'imbuto

arbre fruitier

umwumbati

manioc

impeke

céréales

inzu

maison

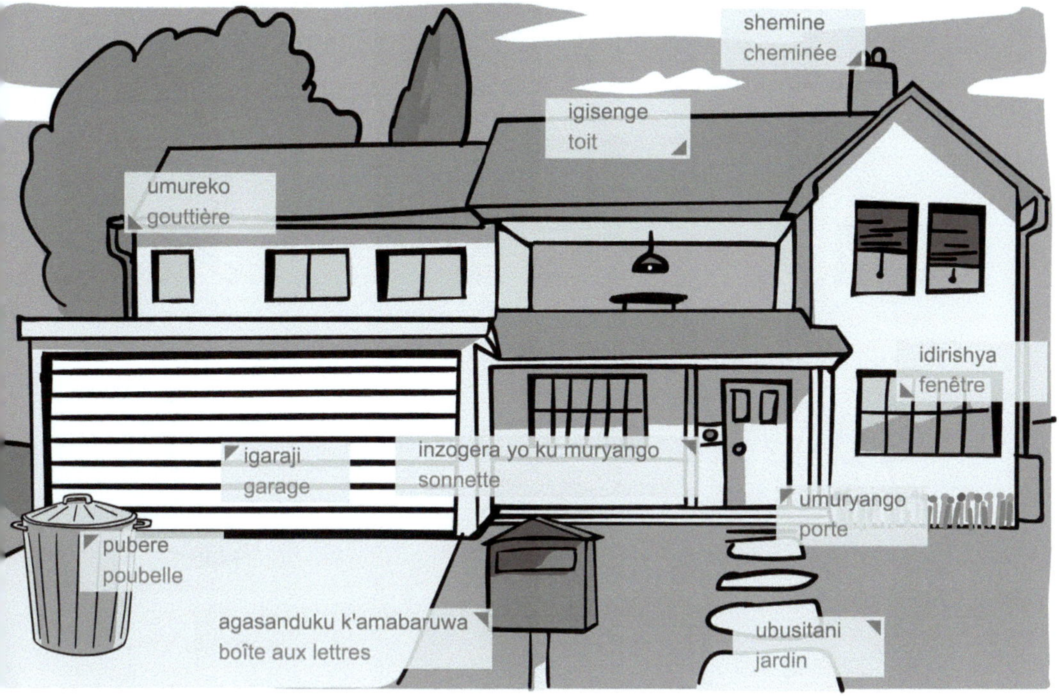

shemine
cheminée
igisenge
toit
umureko
gouttière
idirishya
fenêtre
igaraji
garage
inzogera yo ku muryango
sonnette
umuryango
porte
pubere
poubelle
agasanduku k'amabaruwa
boîte aux lettres
ubusitani
jardin

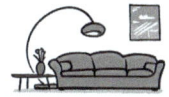

icyumba cy'uruganiriro

salon

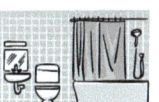

ubwogero

salle de bain

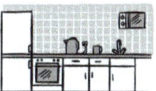

igikoni

cuisine

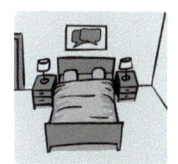

icyumba cyo kuraramo

chambre à coucher

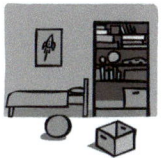

icyumba cy'abana

chambre d'enfant

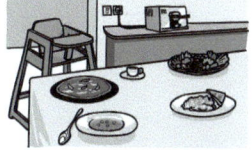

uburiro

salle à manger

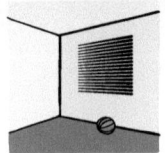

hasi
sol

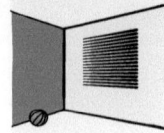

urukuta
mur

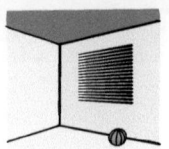

purafo
plafond

kave
cave

sawuna
sauna

urubaraza
balcon

ku rubaraza
terrasse

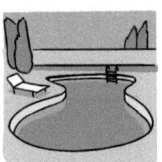

pisine
piscine

imashini ikupakupa
tondeuse à gazon

umwenda utwikira
housse

kuvureri
couette

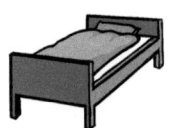

igitanda
lit

umweyo
balai

indobo
sceau

enteributeri
interrupteur

icyumba cy'uruganiriro

salon

urupapuro rwomekwa ku rukuta
papier peint
ifoto
image
itara
lampe
etajere
étagère
akabati
armoire
televiziyo
télé
shemine
cheminée
indabo
fleur
umusego
coussin
ifoteyi nini
sofa
icyungo k'indabo
vase
terekomande
télécommande

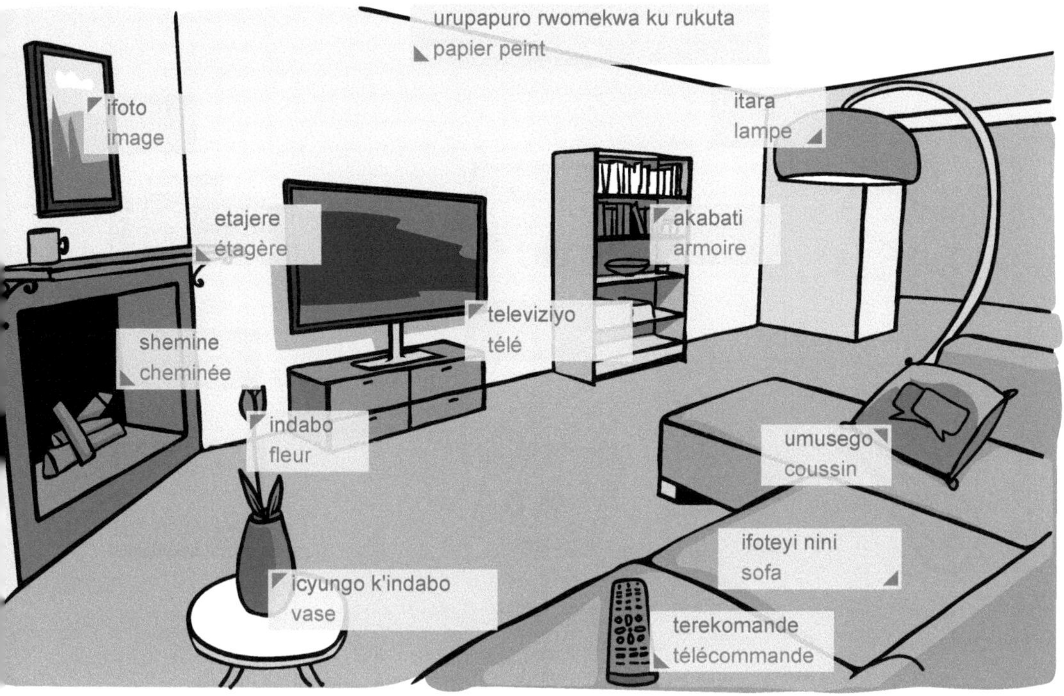

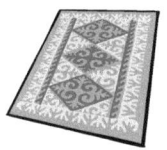

itapi

tapis

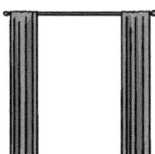

rido

rideau

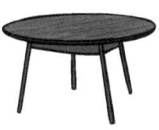

ameza

table

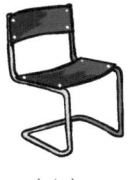

intebe

chaise

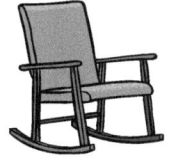

intebe yizengurutsa

chaise à bascule

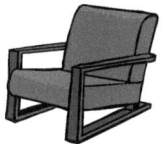

ifoteyi

fauteuil

igitabo

livre

uburingiti

couverture

umutako

décoration

inkwi

bois de chauffage

filimi

film

ibikoresho bya hifi

chaîne hi-fi

urufunguzo

clé

ikinyamakuru

journal

ishusho

peinture

icyapa

poster

iradiyo

radio

ikarine

bloc-notes

**umweyo wa kizungu
ukoresha umwka**

aspirateur

ikimungu

cactus

buji

bougie

igikoni
cuisine

firigo
réfrigérateur
mikorowonde
four à micro-ondes
umunzani wo mu gikoni
balance de cuisine
akuma kumisha umugati
grille-pain
umuti wo kogesha ibyombo
détergent
ifuru
four
igice cya firigo gikonjesha cyane
compartiment congélateur
pubere
poubelle
imashini yoza ibyombo
lave-vaisselle

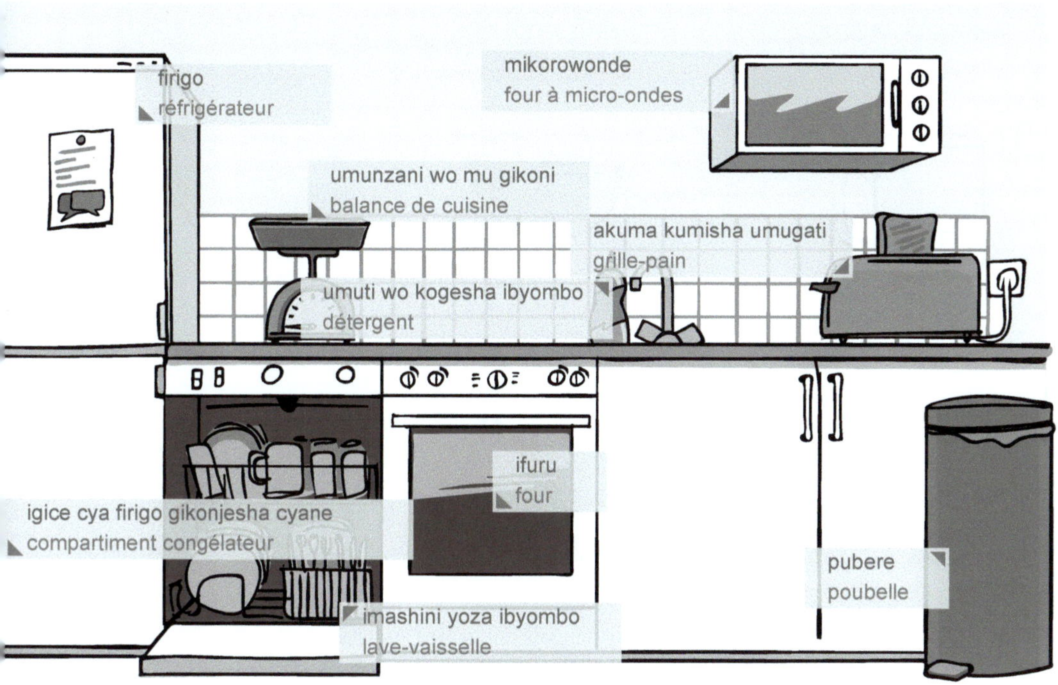

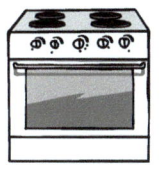

iziko

four

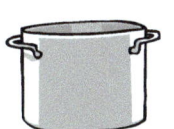

icyungo

casserole

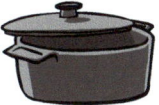

inkono y'icyuma

marmite

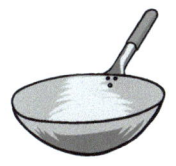

ipanu ifukuye cyane

wok / kadai

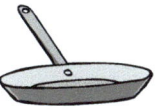

ipanu

poêle

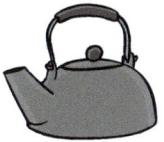

ibirika

bouilloire electrique

isafuriya ya peresiyo

cuiseur vapeur

isahani yo mu ifuru

plaque de cuisson

ibyombo

vaisselle

igikombe

gobelet

isorori

coupe

uduti abashinwa barisha

baguettes

ikiyiko kigabura

louche

Ikiyiko cyarura ifiriti

spatule

umutozo

fouet

paswari

passoire

akayunguruzo

tamis

agaharuzo ka karoti

râpe

isekuru

mortier

icyokezo

barbecue

shomine

cheminée

akabaho ko gukatiraho imboga
....
planche à découper

umwuko
....
rouleau à pâtisserie

urufunguzo rwa divayi
....
tire-bouchon

agakopo
....
boîte

urufunguzo rw'amakopo
....
ouvre-boîte

umukondo w'icyungo
....
maniques

ravabo
....
lavabo

uburoso
....
brosse

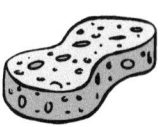

iponji
....
éponge

mixer
....
mixeur

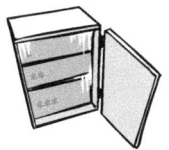

firigo itambitse
....
congélateur

bibero
....
biberon

robine
....
robinet

ubwogero
salle de bain

robine imishagira amazi ku mubiri mu bwogero
douche
umushyushya
chauffage
isume
serviette
rido y'ubwogero
rideau de douche
isabune y'ifuro yo koga
bain moussant
umuvure w'ubwogero
baignoire
ikirahure cyo kunywesha
verre
imashini imesa
machine à laver
robine
robinet
amakaro
carrelage
igikono bitumamo
pot
ravabo
lavabo

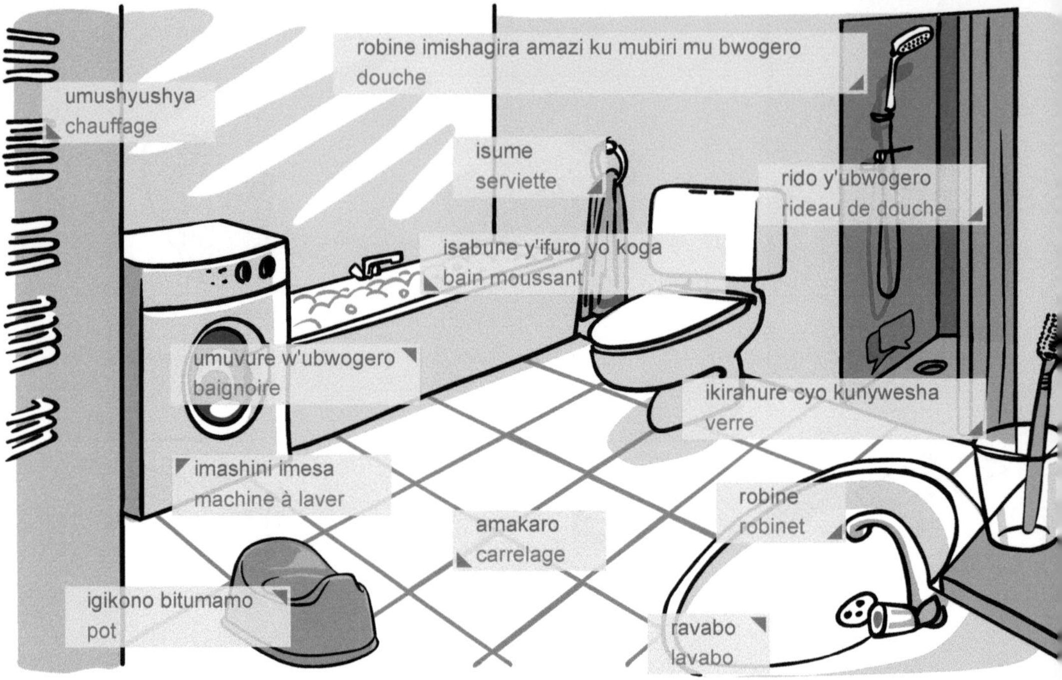

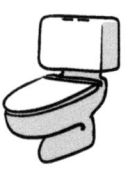

ubwiherero

toilettes

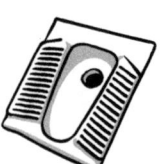

umusarani wo gusutama

toilette à la turque

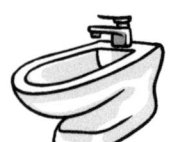

igikono cy'ubwiherero bwo mu nzu

bidet

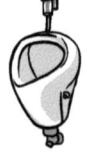

aho bihagarika

urinoir

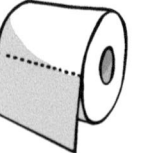

papiyejenike

papier toilette

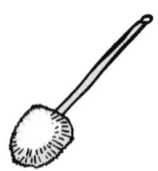

uburoso bwo mu bwiherero

brosse à toilette

uburoso bw'amenyo

brosse à dents

korogati

dentifrice

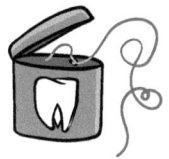

akagozi ko kwihaganyuza amenyo

fil dentaire

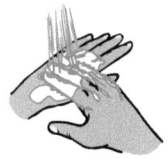

gukaraba

laver

akamishagira amazi ku mubiri bafata mu ntoki

douche manuelle

ubwogero bw'amazi yisuka

douche intime

avabo bakarabiramo intoki

vasque

uburoso bwo kwitsiritisha mu mugongo

brosse dorsale

isabune

savon

isabune yo mu bwogero

gel douche

isabune yo kumeshesha umusatsi

shampooing

icyangwe cyo kwiyuhagiza

gant de toilette

kuyobora amazi yanduye

écoulement

ikimuri

crème

umubavu

déodorant

ikirori cyo mu ntoki

miroir

ikirori cyo mu ntoki

miroir cosmétique

urwembe

rasoir

ifuro ryo kurinda imiburu

mousse à raser

umuti ukingira imiburu

après-rasage

igisokozo

peigne

uburoso

brosse

imashini yumisha umusatsi

sèche-cheveux

amarashi y'umusatsi

laque pour cheveux

igishahuro cyo kwitera

fond de teint

rujalevure

rouge à lèvres

verini y'inzara

vernis à ongles

ipamba

ouate

agasena inzara

coupe-ongles

umubavu

parfum

agafuka k'ibikoresho byo
mu bwogero

trousse de toilette

intebe

tabouret

umunzani

pèse-personne

ikanzu yo kujyana mu
bwogero

peignoir

udupfukantoki two
gusukuza

gants de nettoyage

urubindo

tampon

udupapuro two
kwihanaguza mu bwiherero

serviettes hygiéniques

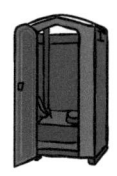

ubwiherero bwimukanwa

toilette chimique

icyumba cy'abana
chambre d'enfant

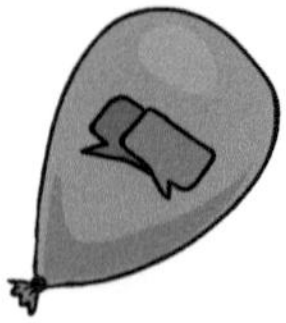

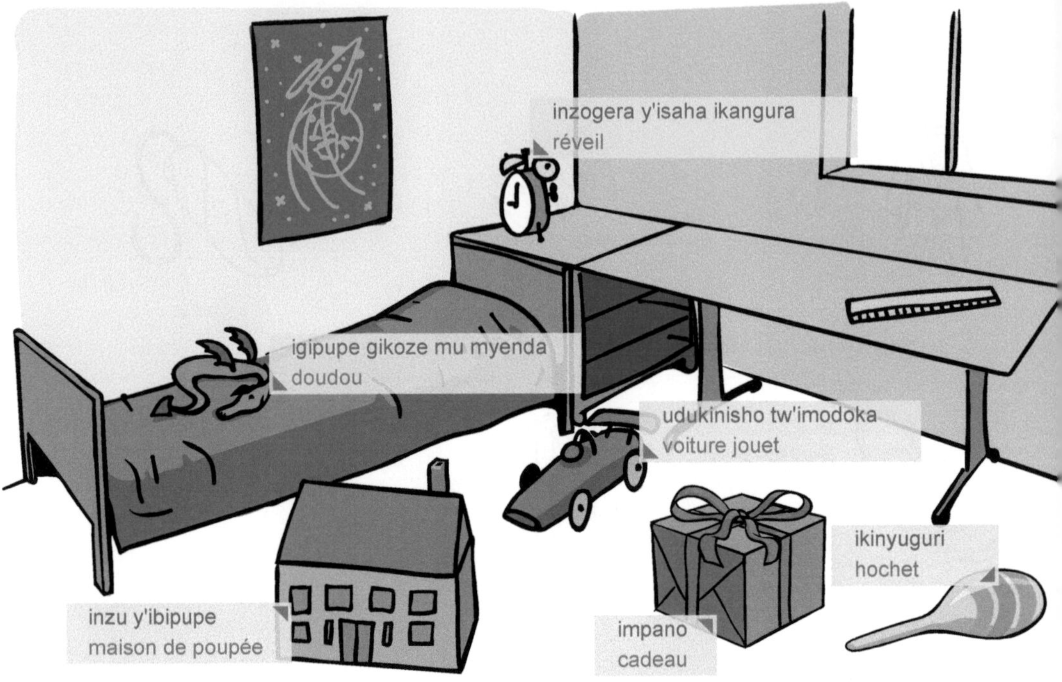
inzogera y'isaha ikangura
réveil
igipupe gikoze mu myenda
doudou
udukinisho tw'imodoka
voiture jouet
ikinyuguri
hochet
inzu y'ibipupe
maison de poupée
impano
cadeau

ballon

ballon

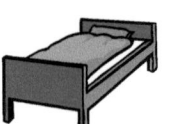

igitanda

lit

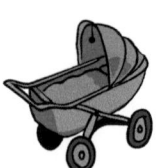

agapusipusi

poussette

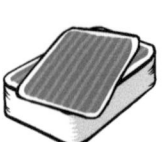

amakarita

jeu de cartes

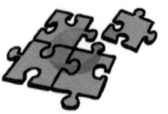

kubaka ishusho bacagaguye

puzzle

SUPER MEGA

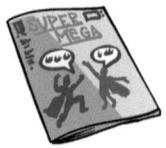

inkuru isetsa

bande dessinée

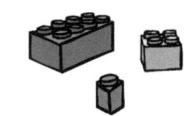

gucomekanya udutafari

pièces lego

udutafari tw'udukinisho

blocs de construction

igikinisho

figurine

ipinjama y'uruhinja

grenouillère

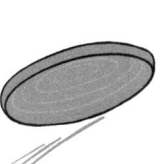

gutera indege

frisbee

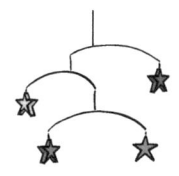

terefoni ngendanwa

mobile

imikino yo kuganiriraho

jeu de société

igisoro

dé

gariyamoshi y'igikinisho

train miniature

ikinyonyo

sucette

umunsi mukuru

fête

arubumu

livre d'images

umupira

balle

agapupe

poupée

gukina

jouer

igikarito cy'umucanga

bac à sable

urwicundo

balançoire

ibikinisho

jouets

agasanduku k'imikino yo
kuri videwo

console de jeu

akagare k'imipine itatu

tricycle

igipupe k'ibyoya

ours en peluche

akabati k'imyenda

armoire

imyambaro

vêtements

amasogisi

chaussettes

amasogisi afatanye n'ikariso

bas

kora

collant

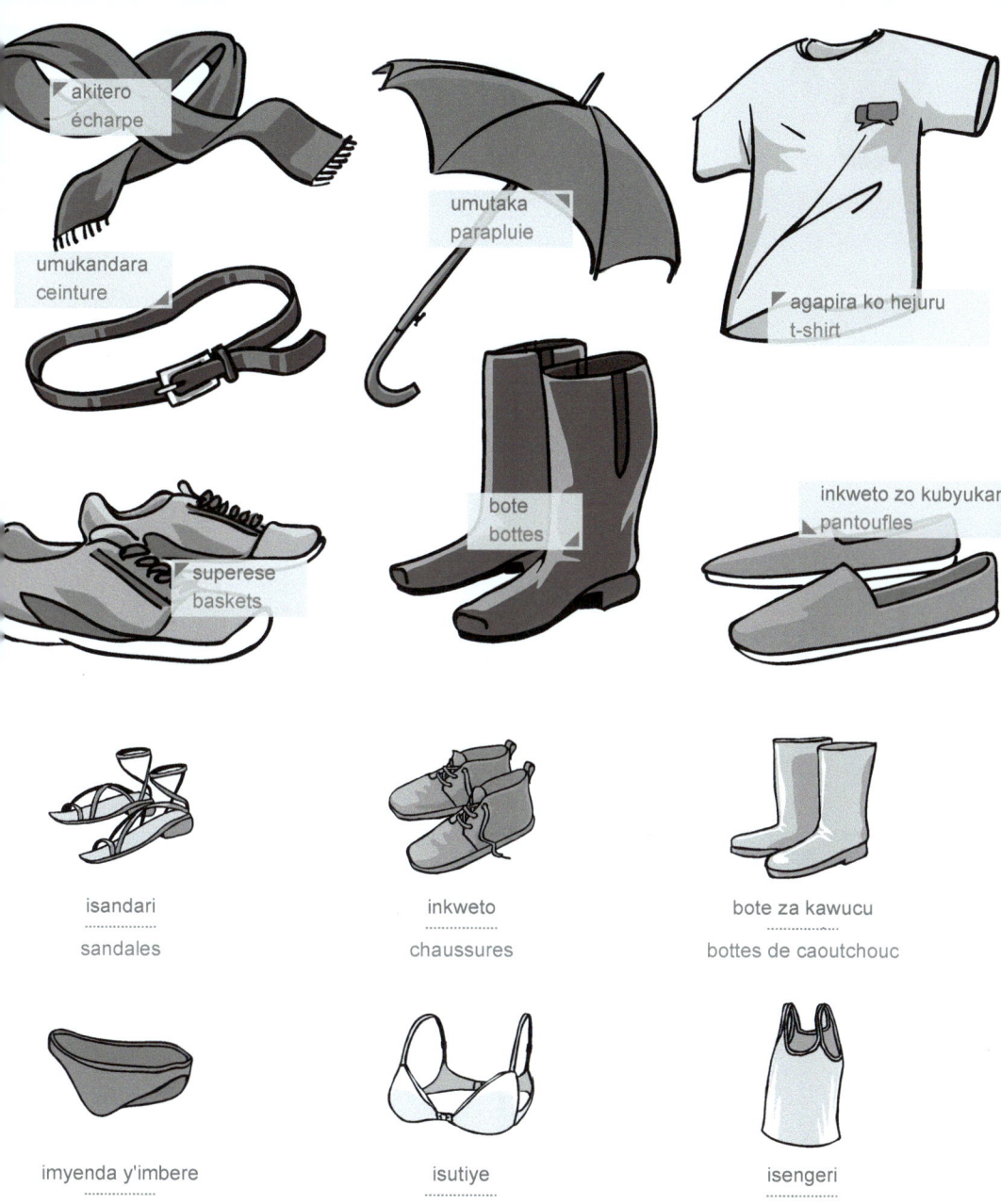

akitero
écharpe

umutaka
parapluie

umukandara
ceinture

agapira ko hejuru
t-shirt

bote
bottes

inkweto zo kubyukana
pantoufles

superese
baskets

isandari

sandales

inkweto

chaussures

bote za kawucu

bottes de caoutchouc

imyenda y'imbere

sous-vêtements

isutiye

soutien-gorge

isengeri

maillot de corps

imyambaro - vêtements   45

body
body

ipantalo
pantalon

ikoboyi
jean

ijipo
jupe

ishati y'abagore
chemisier

ishati
chemise

umupira w'imbeho
pull

umupira w'ingofero
sweat à capuche

agakoti
veste

ijaketi
veste

ikoti
manteau

ikoti ry'imvura
imperméable

umwambaro w'ibikino
costume

ikanzu
robe

ikanzu y'abageni
robe de mariée

kostitimu

costume

ikanzu yo kurarana

chemise de nuit

ipinjama

pyjama

mukenyero w'abahindikazi

sari

igitambaro cyo mu mutwe

foulard

urugori

turban

umwitandiro uhisha isura

burqa

ikanzu ndende

caftan

igishura

abaya

**imyenda yo
kwidumbaguzanya**

maillot de bain

**ikariso yo
kwidumbaguzanya**

maillot de bain

ikabutura

short

tereningi

tenue d'entraînement

itaburiya

tablier

udupfukantoki

gants

igipesu

bouton

amadarubindi

lunettes

igikomo

bracelet

umukufi

collier

impeta

bague

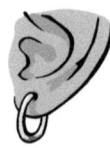

iherena

boucle d'oreille

ingofero

bonnet

porutemanto

cintre

ingofero

chapeau

karuvati

cravate

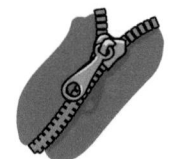

imashini yo ku mwenda

fermeture éclair

kasike

casque

amaburuteri

bretelles

umwambaro w'ishuri

uniforme scolaire

impuzankano

uniforme

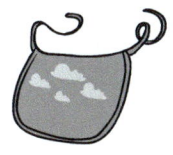

agakingirankonda

bavoir

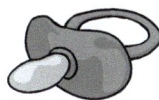

ikinyonyo

sucette

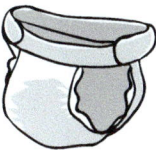

amaranje

lange

ibiro

bureau

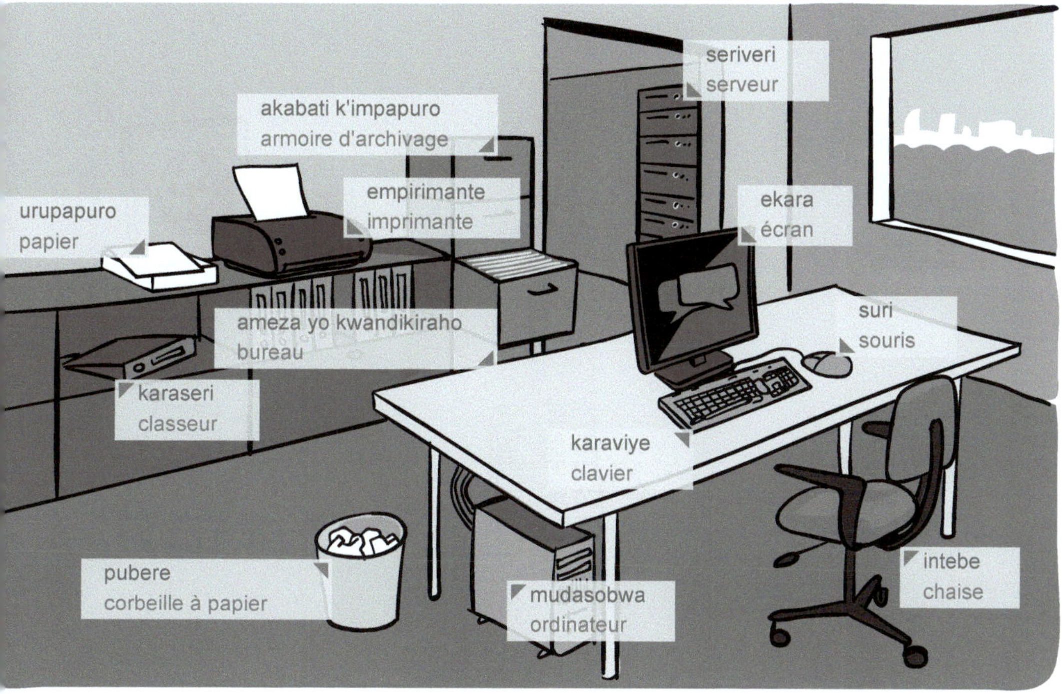
seriveri
serveur
akabati k'impapuro
armoire d'archivage
urupapuro
papier
empirimante
imprimante
ekara
écran
ameza yo kwandikiraho
bureau
suri
souris
karaseri
classeur
karaviye
clavier
pubere
corbeille à papier
mudasobwa
ordinateur
intebe
chaise

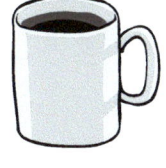

igikombe k'ikawa

tasse de café

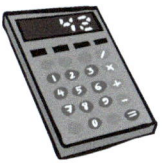

akabarisho

calculatrice

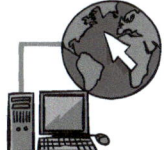

enterineti

internet

laputopu

ordinateur portable

ibaruwa

lettre

ubutumwa

message

ngendanwa

portable

netiwake

réseau

fotokopiyeze

photocopieuse

porogaramu

logiciel

telefoni

téléphone

purize

prise

imashini yohereza fagisi

fax

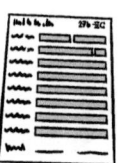

fomu

formulaire

inyandiko

document

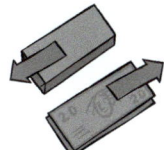

kugura

acheter

kwishyura

payer

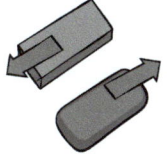

gucuruza

faire du commerce

amafaranga

monnaie

idorari

dollar

iyero

euro

iyeni

yen

irubure

rouble

ifaranga ry'irisuwisi

franc suisse

iriyuwani

renminbi yuan

irupi

roupie

icyuma cya banki
babikurizaho

distributeur automatique

ku muvunjayi

bureau de change

zahabu

or

feza

argent

peteroli

pétrole

ingufu z'amashanyarazi

énergie

igiciro

prix

kontaro

contrat

tagisi

taxe

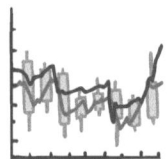

isoko ryo kugura no kugurisha

action

gukora

travailler

umukozi

employé

umukoresha

employeur

uruganda

usine

iduka

magasin

imirimo

professions

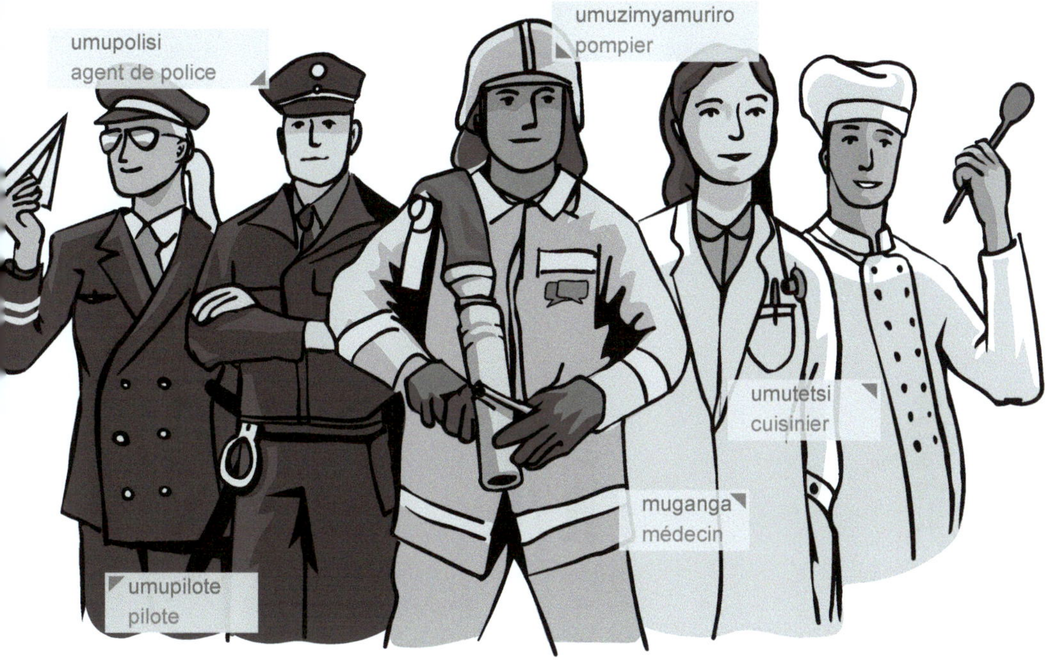
umupolisi
agent de police
umuzimyamuriro
pompier
umutetsi
cuisinier
muganga
médecin
umupilote
pilote

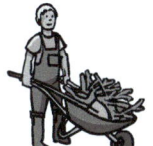

umujaridiniye

jardinier

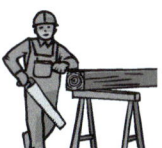

umubaji

menuisier

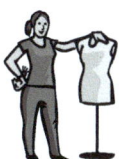

umudozi

couturière

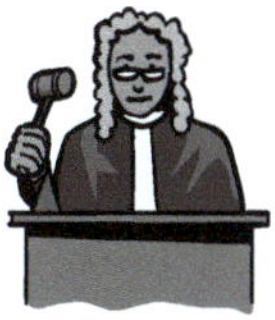

umucamanza

juge

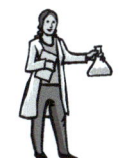

umunyabutabire

chimiste

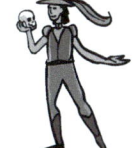

umukinnyi wa filimi

acteur

umushoferi wa bisi

conducteur de bus

umushoferi wa tagisi

chauffeur de taxi

umurobyi

pêcheur

umugore ushinzwe gukora isuku

femme de ménage

umufundi usakara

couvreur

umuseriveri

serveur

umuhigi

chasseur

umuntu usiga irangi

peintre

Umuntu ukora imigati

boulanger

Umuntu ukora mu mashanyarazi

électricien

umufundi

ouvrier

injenyeri

ingénieur

umubazi

boucher

umutnu ukora mu mazi

plombier

umuparanto

facteur

umusirikare

soldat

umwubatsi

architecte

umubitsi

caissier

muntu ukora mu by'indabo

fleuriste

kimyozi

coiffeur

komvuwayeri

contrôleur

umukanishi

mécanicien

kapiteni

capitaine

muganga w'amenyo

dentiste

umuhanga muri siyansi

scientifique

rabi

rabbin

imamu

imam

umumwane

moine

umuyobozi w'idini

prêtre

ibikoresho

outils

inyundo
marteau
igifashi
pinces
turunevisi
tournevis
isupani
clé
itoroshi
torche

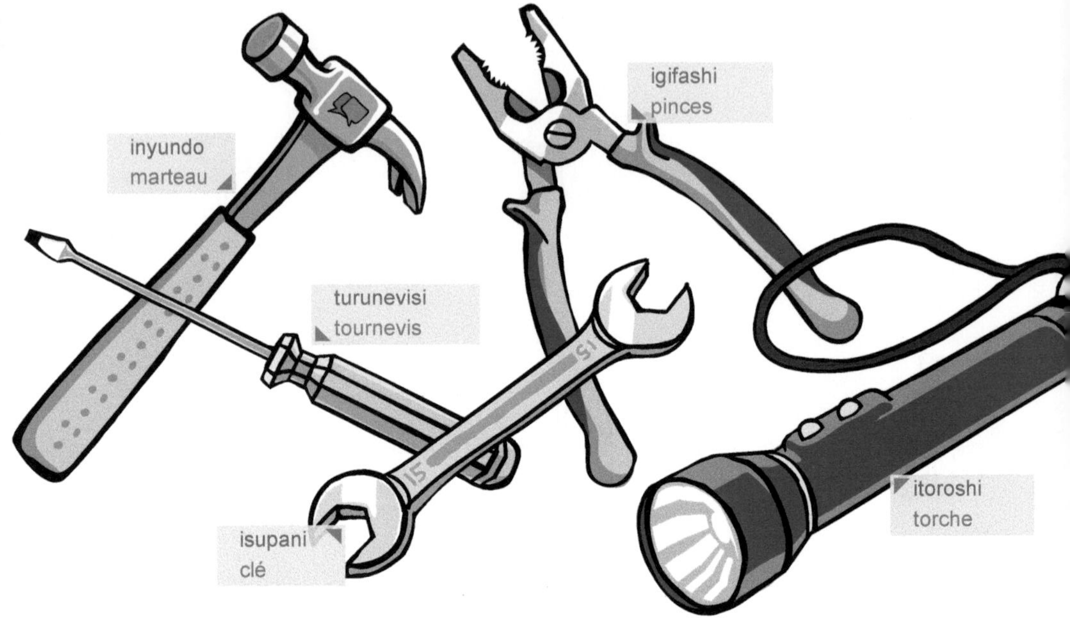

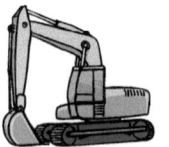

ipiki

pelleteuse

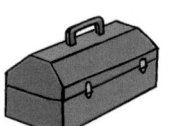

isanduku y'ibikoresho

boîte à outils

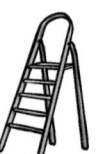

urwego

échelle

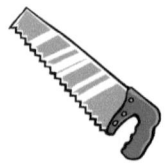

urukero

scie

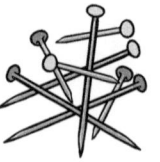

imisumari

clous

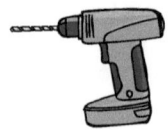

itindo

perceuse

gusana

réparer

igitiyo

pelle

wo gacwa we

Mince !

igitiyo

pelle

igikombe k'irangi

pot de peinture

amavisi

vis

ibyuma by'umuziki
instruments de musique

ingoma z'ikizungu
batterie

umuzindaro
haut-parleurs

gitari
guitare

gitari y'ijwi ryo hasi
contrebasse

urumbeti
trompette

piyano

piano

iningiri

violon

gitari idunda

basse

sembare

timbales

ingoma

tambour

inanga ya kizungu

piano électrique

sagisofone

saxophone

umwirongi

flûte

indangururamajwi

microphone

umuryango
entrée

igitaragwe
tigre

ikibuti
cage

imparage
zèbre

ibiryo by'amatungo
alimentation animale

panda
panda

inyamaswa

animaux

inzovu

éléphant

kanguru

kangourou

inkura

rhinocéros

ingagi

gorille

idubu

ours

ingamiya

chameau

imbuni

autruche

intare

lion

inguge

singe

uruyongoyongo

flamand rose

gasuku

perroquet

idubu yo mu bukonie

ours polaire

inyoni yo ku mazi

pingouin

igifi kinini

requin

inyoni y'amasunzu

paon

inzoka

serpent

ingona

crocodile

umurinzi

gardien de zoo

umuhuri

phoque

ingwe

jaguar

icyana k'ifarasi

poney

ingwe

léopard

imvubu

hippopotame

umusumbarembo

girafe

inkona

aigle

isatura

sanglier

ifi

poisson

akanyamasyo

tortue

igifi k'imikaka

morse

umuhari

renard

isha

gazelle

Imikino
sports

Futuboro y'abanyamerika
american Football

gusiganwa ku magare
cyclisme

tenisi
tennis

Basiketi
basket-ball

umukino wo koga
natation

umukino w'amakofe
boxe

Hoke yo ku rubura
hockey sur glace

umupira w'amaguru

football

umukino wa badminton

badminton

abakina imikino
ngororamubiri

athlétisme

handibolo

handball

guserereka kuri neje

ski

polo

polo

ibikorwa
activités

guseka
rire
gusimbuka
sauter
guhobera
embrasser
kugenda
marcher
kuririmba
chanter
kurota
rêver
gusenga
prier
gusomana
faire la bise

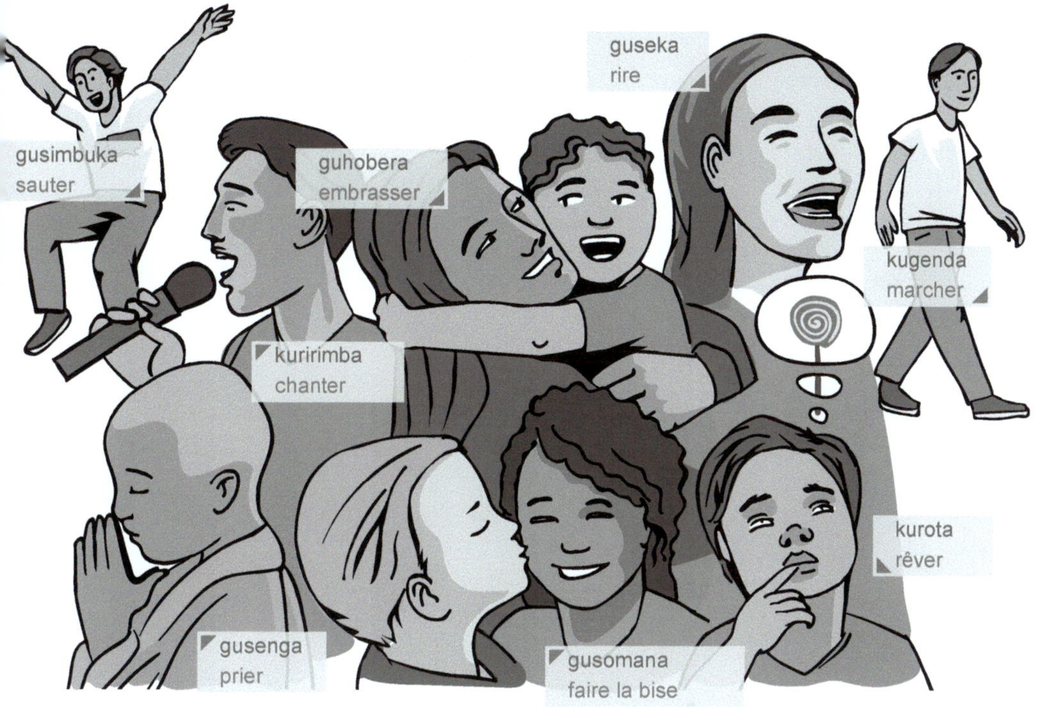

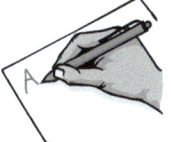

kwandika

écrire

gushushanya

dessiner

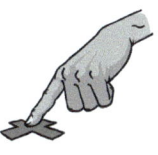

kwerekana

montrer

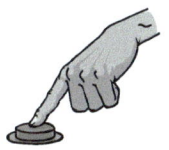

gusunika

pousser

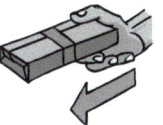

gutanga

donner

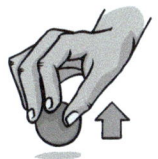

gufata

prendre

kugira

avoir

gukora

faire

kuba

être

guhaguruka

être debout

kwiruka

courir

gukurura

trier

kujugunya

jeter

kugwa

tomber

kuryama

être couché

gutegereza

attendre

kwikorera

porter

kwicara

être assis

kwambara

s'habiller

gusinzira

dormir

gukanguka

se réveiller

kureba

regarder

kurira

pleurer

kwagaza

caresser

gusokoza

peigner

kuvuga

parler

gusobanukirwa

comprendre

kubaza

demander

kumva

écouter

kunywa

boire

kurya

manger

gushyira ku murongo

ranger

gukunda

aimer

guteka

cuire

gutwara imodoka

conduire

kuguruka

voler

kugashya

faire de la voile

kubara

calculer

gusoma

lire

kwiga

apprendre

gukora

travailler

kurongora

se marier

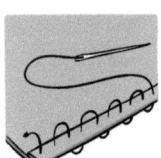

kudoda

coudre

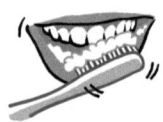

uburoso bw'amenyo

brosser les dents

kwica

tuer

kunywa itabi

fumer

kohereza

envoyer

nyogokuru
grand-mère

sogokuru
grand-père

papa
père

mama
mère

uruhinja
bébé

umwana w'umukobwa
fille

umwana w'umuhungu
fils

umushyitsi

hôte

masenge

tante

marume

oncle

musaza wange

frère

mushiki wange

sœur

umubiri

corps

agahanga k'imbere
front
ijisho
œil
urutugu
épaule
urutoki
doigt
isura
visage
akananwa
menton
ikiganza
main
ukuguru
jambe
ibere
poitrine
ukuboko
bras

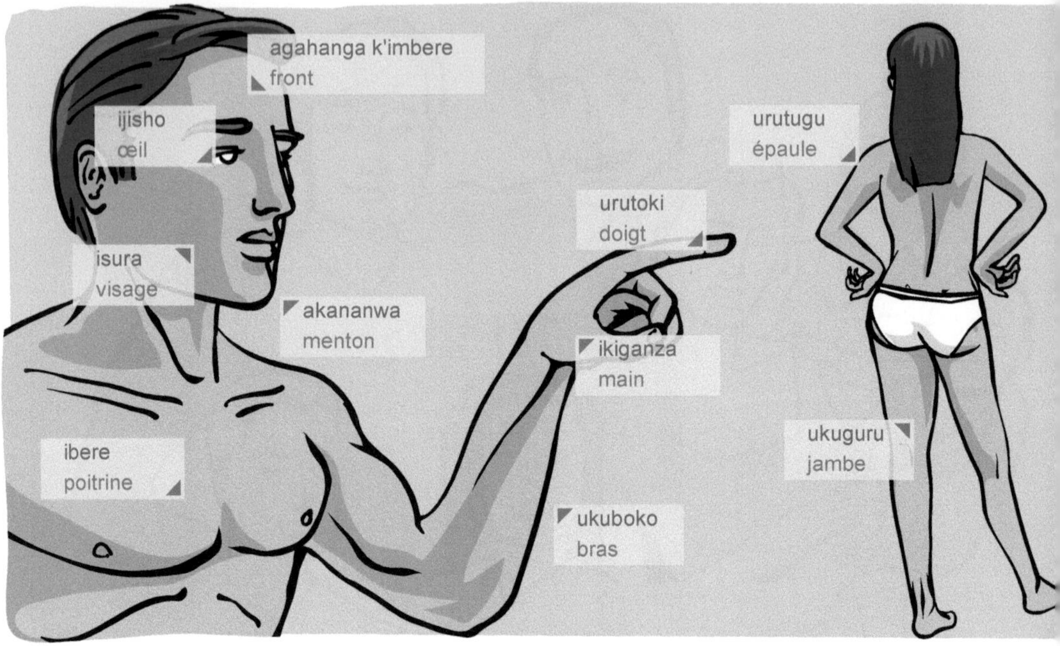

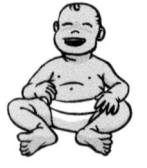

uruhinja

bébé

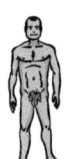

umugabo

homme

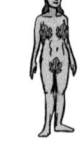

umugore

femme

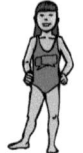

umukobwa

fille

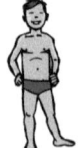

umuhungu

garçon

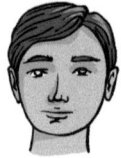

umutwe

tête

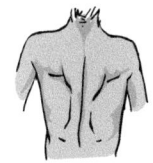

umugongo
dos

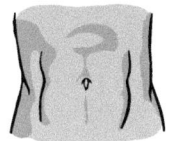

inda
ventre

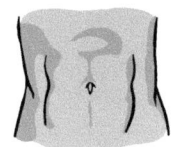

umukondo
nombril

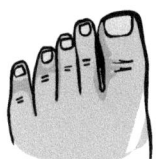

ino
orteil

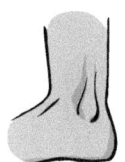

agatsinsino
talon

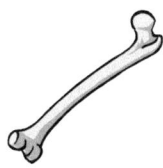

igufa
os

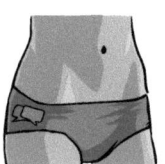

amayunguyungu
hanche

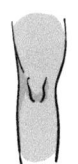

ivi
genou

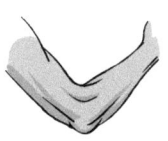

inkokora
coude

izuru
nez

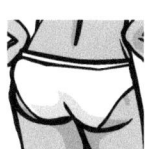

ikibuno
fesses

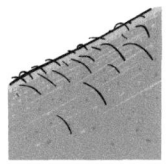

uruhu
peau

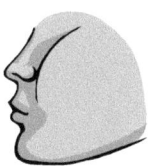

itama
joue

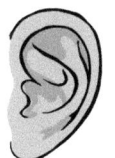

ugutwi
oreille

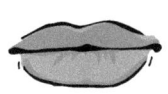

umunwa
lèvre

umubiri - corps

mu munwa

bouche

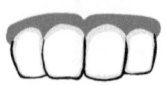

iryinyo

dent

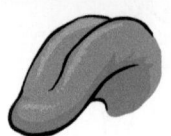

ururimi

langue

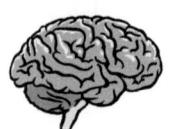

ubwonko

cerveau

umutima

cœur

umutsi

muscle

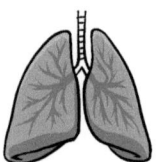

ibihaha

poumons

umwijima

foie

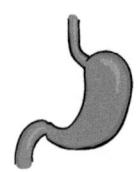

igifu

estomac

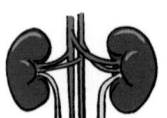

impyiko

reins

igitsina

rapport sexuel

agakingirizo

préservatif

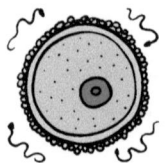

intanga

ovule

amasohoro

sperme

gusama inda

grossesse

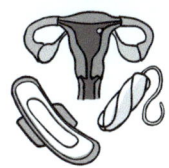

imihango

menstruation

igituba

vagin

imboro

pénis

ibitsike

sourcil

umusatsi

cheveux

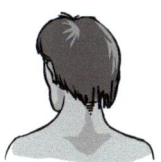

ijosi

cou

ibitaro

hôpital

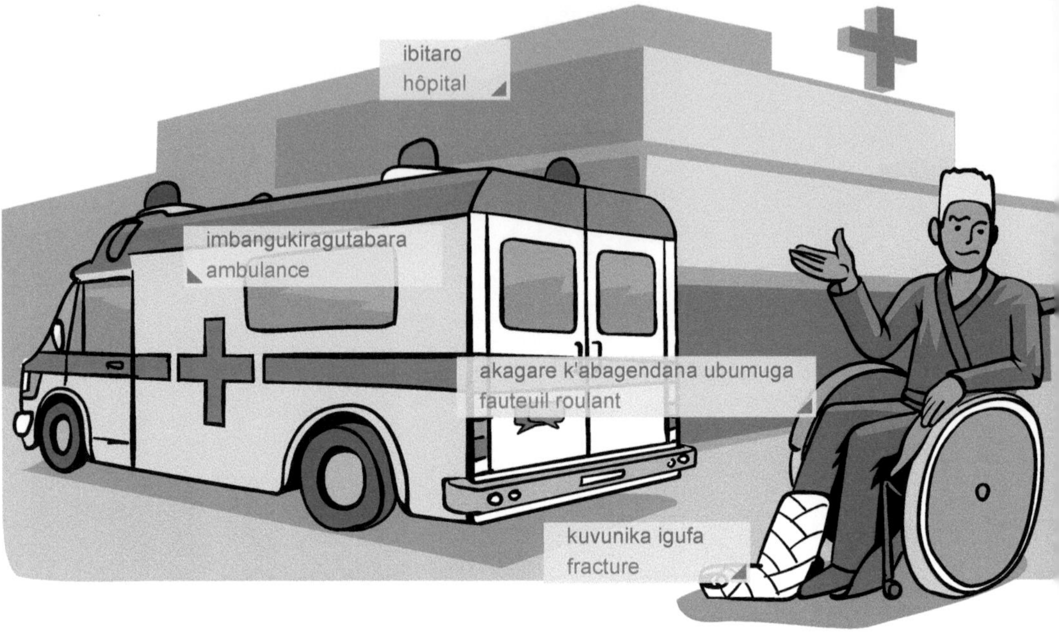

ibitaro
hôpital
imbangukiragutabara
ambulance
akagare k'abagendana ubumuga
fauteuil roulant
kuvunika igufa
fracture

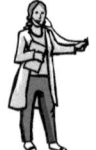

muganga

médecin

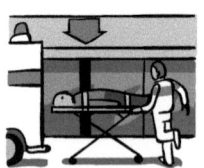

icyumba k'indembe

service des urgences

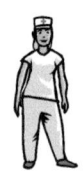

umuforomo kazi

infirmière

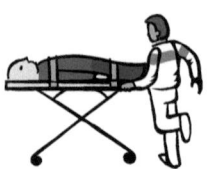

mu ndembe

urgence

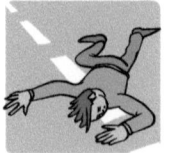

guta ubwenge

inconscient

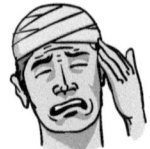

ububabare

douleur

igikomere

blessure

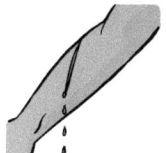

kuva amaraso

hémorragie

gufatwa n'umutima

crise cardiaque

kuziba k'udutsi two mu bwonko

attaque cérébrale

kwivumbura k'umubiri

allergie

inkorora

toux

umuriro

fièvre

ibicurane

grippe

impiswi

diarrhée

kurwara umutwe

mal de tête

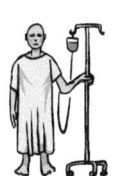

kanseri

cancer

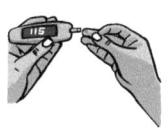

diyabete

diabète

muganga ubaga

chirurgien

icyuma kibaga umurwayi

scalpel

kubagwa

opération

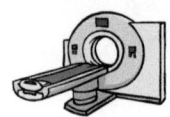

ifoto yo mu cyuma

CT

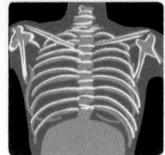

radiyo

radiographie

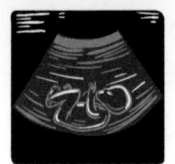

isuzuma rikoresha amajwi

échographie

agapfukamunwa

masque

indwara

maladie

icyumba bategererezamo

salle d'attente

imbago yo kwicumba

béquille

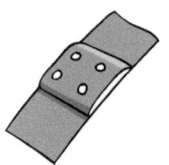

pasema

pansement

igipfuko

pansement

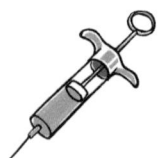

urushinge

injection

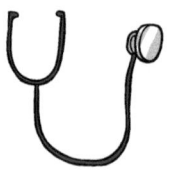

igipimo cy'umutima

stéthoscope

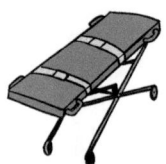

burankari

brancard

igipimo cy'umuriro

thermomètre

ivuka

accouchement

umubyibuho ukabije

surcharge pondérale

yunganirangingo y'amatwi

appareil auditif

umuti wica mikorobe

désinfectant

ubwandu

infection

virusi

virus

Virusi itera sida / Sida

VIH / sida

ubuganga

médicament

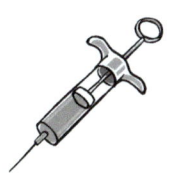

gukingira

vaccination

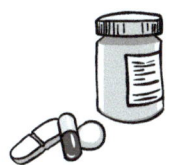

ibinini

comprimés

ikinini

pilule

guhamagara byihutirwa

appel d'urgence

igenzura ry'umuvuduko
w'amaraso

tensiomètre

urwaye / ufite amagara
meza

malade / sain

Ntabara!

Au secours !

inzogera itabaza

alarme

gusagarira

assaut

igitero

attaque

icyateza amakuba

danger

umuryango unyuramo ukiza amagara

sortie de secours

Inkongi!

Au feu!

ikizimyamuriro

extincteur

impanuka

accident

ibikoresho by'ubutabazi bw'ibanze

trousse de premier secours

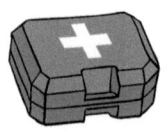

induru itabaza

SOS

polisi

police

Uburayi

Europe

Amerika y'Amajyaruguru

Amérique du Nord

Amerika y'Amagepfo

Amérique du Sud

Afurika

Afrique

Aziya

Asie

Ositarariya

Australie

Atalantika

Océan atlantique

Oasifika

Océan pacifique

Inyanja y'Abahinde

Océan indien

Inyanja y'Antagitika

Océan antarctique

Inyanja y'Arigitika

Océan arctique

Amajyaruguru y'Isi

pôle nord

Amagepfo y'Isi

pôle sud

Antaragitika

Antarctique

Isi

terre

ubutaka

pays

ikiyaga

mer

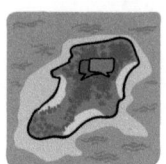

ikirwa

île

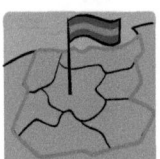

igihugu

nation

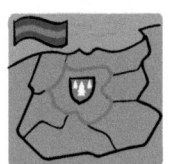

leta

état

kadere y'isaha

cadran

urushinge rw'amasaha

aiguille des heures

urushinge rw'iminota

aiguille des minutes

rushinge rw'amasegonda

aiguille des secondes

ni isaha ki?

Quelle heure est-il ?

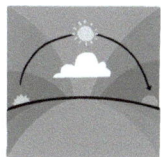

umunsi

jour

igihe

temps

nonaha

maintenant

isaha y'imibare

montre digitale

iminota

minute

amasaha

heure

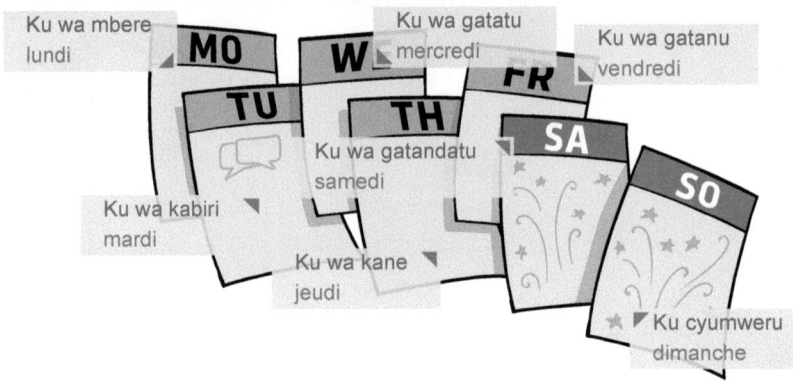

Ku wa mbere
lundi

Ku wa gatatu
mercredi

Ku wa gatanu
vendredi

Ku wa kabiri
mardi

Ku wa gatandatu
samedi

Ku wa kane
jeudi

Ku cyumweru
dimanche

ejo hashize

hier

aujourd'hui

ejo hazaza

demain

igitondo

matin

saa sita

midi

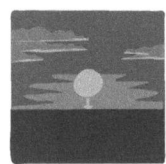

ku mugoroba

soir

iminsi y'akazi

jours ouvrables

wikendi

week-end

umwaka

année

imvura
pluie
umukororombya
arc-en-ciel
neje
neige
umuyaga
vent
urugaryi
printemps
umuhindo
automne
iki
été
igihe cy'ubukonje
hiver

4.APRIL 11°
5.APRIL 4°
6.APRIL 13°
7.APRIL 8°
8.APRIL 10°

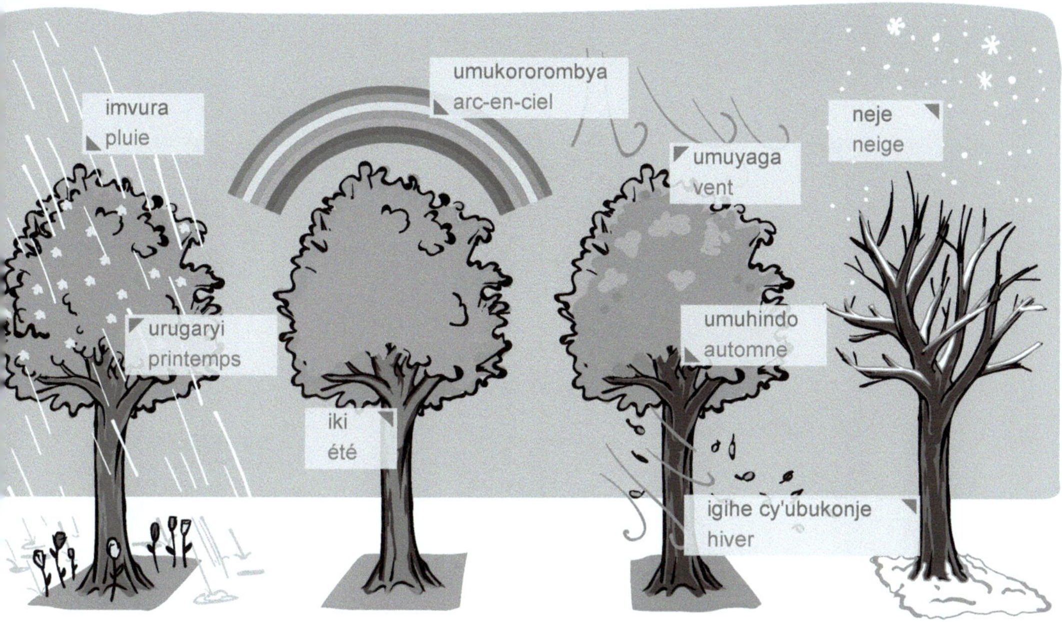

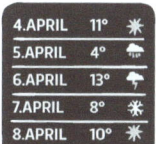

iteganyagihe

météo

F C
120 40
90 30
60 20
30 10
0 0
-30 -10
-20

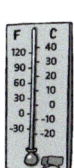

igipimo cy'ubushyuhe

thermomètre

izuba rirashe

lumière du soleil

ibicu

nuage

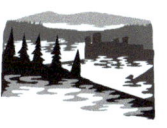

ibihu

brouillard

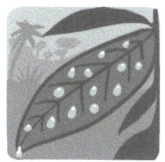

ububobere

humidité

umurabyo

foudre

inkuba

tonnerre

umuhengeri

tempête

urubura

grêle

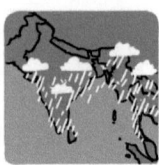

imiyaga ihuha iturutse mu nyanja

mousson

umwuzure

inondation

barafu

glace

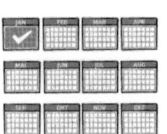

Mutarama

janvier

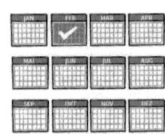

Gshyantare

février

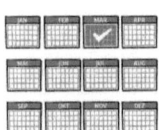

Werurwe

mars

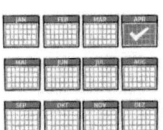

Mata

avril

Gicurasi

mai

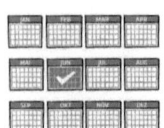

Kamena

juin

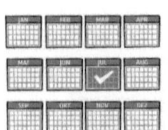

Nyakanga

juillet

Kanama

août

Nzeri

septembre

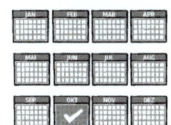

Ukwakira

octobre

Ugushyingo

novembre

Ukuboza

décembre

amaforoma

formes

uruziga

cercle

mpandenye

carré

urukiramende

rectangle

mpandeshatu

triangle

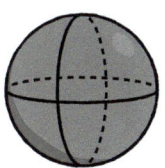

umubumbe

sphère

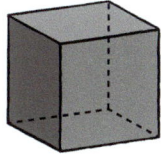

kibe

cube

umweru

blanc

umuhondo

jaune

oranje

orange

iroza

rose

umutuku

rouge

isine

violet

ubururu

bleu

icyatsi kibisi

vert

igihogo

marron

ikigina

gris

umukara

noir

byinshi / bike

beaucoup / peu

urakaye / utuje

fâché / calme

mwiza / mubi

joli / laid

intangiriro / impera

début / fin

kinini / gito

grand / petit

gikeye / kijimye

clair / obscure

musaza / mushiki

frère / soeur

gisukuye / cyanduye

propre / sale

kirangiye / kitarangiye

complet / incomplet

umunsi / ijoro

jour / nuit

wapfuye / muzima

mort / vivant

hagari / hafunganye

large / étroit

kiribwa / kitaribwa

comestible / incomestible

umugome / ugwa neza

méchant / gentil

ushishikaye / warambiwe

excité / ennuyé

ubyibushye / unanutse

gros / mince

mbere / nyuma

premier / dernier

inshuti / umwanzi

ami / ennemi

cyuzuye / kirimo ubusa

plein / vide

gikomeye / cyoroshye

dur / souple

kiremeye / kitaremereye

lourd / léger

inzara / inyota

faim / soif

urwaye / ufite amagara
meza

malade / sain

kemewe n'amategeko /
kibujijwe n'amategeko

illégal / légal

umunyabwenge / igicucu

intelligent / stupide

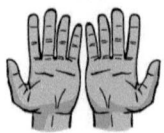

iburyo / ibumoso

gauche / droite

hafi / kure

proche / loin

gishya / cyakoze

nouveau / usé

nta kintu gihari / hari ikintu gihari

rien / quelque chose

ushaje / muto

vieux / jeune

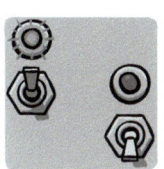

atsa / zimya

marche / arrêt

gifunguye / gifunze

ouvert / fermé

ucecetse / usakuza

faible / fort

ukize / ukennye

riche / pauvre

ni byo / si byo

correct / incorrect

hahanda / hahehereye

rugueux / lisse

urakaye / wishimye

triste / heureux

mugufi / muremure

court / long

urandaga / wihuta

lent / rapide

utose / wumye

mouillé / sec

ashyushye / ahoze

chaud / froid

intambara / amahoro

guerre / paix

0

zeru

zéro

1

rimwe

un / une

2

kabiri

deux

3

gatatu

trois

4

kane

quatre

5

gatanu

cinq

6

gatandatu

six

7

karindwi

sept

8

umunani

huit

9

icyenda

neuf

10

icumi

dix

11

cumi na rimwe

onze

12
cumi na kabiri

douze

13
cumi na gatatu

treize

14
cumi na kane

quatorze

15
cumi na gatanu

quinze

16
cumi na gatandatu

seize

17
cumi na karindwi

dix-sept

18
cumi n'umunani

dix-huit

19
cumi n'icyenda

dix-neuf

20
makumyabiri

vingt

100
ijana

cent

1.000
igihumbi

mille

1.000.000
miliyoni

million

Icyongereza

anglais

Icyongereza
cy'Abanyamerika

anglais américain

Igishinwa k'ikimandarini

chinois mandarin

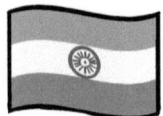

Igihindi

hindi

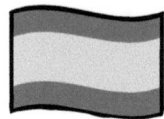

Ikesipanyoro

espagnol

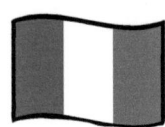

Igifaransa

français

Icyarabu

arabe

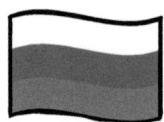

Ikirusiya

russe

Igiporutigari

portugais

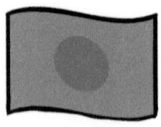

Ikibengari

bengali

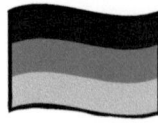

Ikidage

allemand

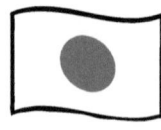

Ikiyapani

japonais

ge

je

wowe

tu

we / we / we

il / elle / ce, c', cela

twe

nous

mwe

vous

bo

ils / elles

nde?

Qui ?

iki?

Quoi ?

gute?

Comment ?

hehe?

Où ?

ryari?

Quand ?

izina

nom

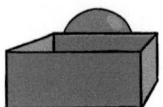

inyuma

derrière

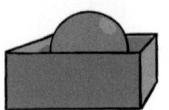

mo imbere

dans

imbere ya

devant

hejuru ya

au-dessus

kuri

sur

munsi ya

en-dessous

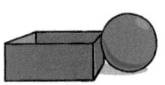

iruhande

à côté de

hagati

entre

ahantu

lieu